Impressum
Verlag: BABADADA GmbH, Nedderfeld 112 , 22529 Hamburg
Geschäftsführer / Verlagsleitung: Harald Hof
Druck: Books on Demand GmbH, In de Tarpen 42, 22848 Norderstedt

Imprint
Publisher: BABADADA GmbH, Nedderfeld 112 , 22529 Hamburg, Germany
Managing Director / Publishing direction: Harald Hof
Print: Books on Demand GmbH, In de Tarpen 42, 22848 Norderstedt

classroom
phòng học

divide
chia

186/2

board
bảng viết

school yard
sân trường

teacher
giáo viên

paper
giấy

write
viết

pen
cây bút

desk
bàn làm việc

ruler
cây thước

book
sách

pupil
học sinh

satchel

cặp đeo vai học sinh

pencil case

hộp đựng bút

pencil

bút chì

pencil sharpener

cái gọt bút chì

rubber

cục tẩy

drawing pad

tập giấy vẽ

drawing

bản vẽ

paintbrush

cọ vẽ

paint box

hộp mực vẽ

scissors

cây kéo

glue

keo dán

exercise book

sách bài tập

homework

bài tập ở nhà

number

số

add

cộng

subtract

trừ

multiply

nhân

calculate

tính toán

letter

chữ cái

alphabet

bảng chữ cái

word

từ

text

văn bản

read

đọc

chalk

phấn viết

lesson

bài học

register

sổ lớp

examination

thi kiểm tra

certificate

chứng chỉ

school uniform

đồng phục học sinh

education

giáo dục

encyclopedia

từ điển bách khoa

university

đại học

microscope

kính hiển vi

map

bản đồ

waste-paper basket

thùng rác giấy

hotel
khách sạn

Grand

hostel
nhà trọ

ROOMS

currency exchange office
quầy đổi tiền

EXCHANGE

car
xe ô tô

language
ngôn ngữ

yes / no
có / không

Okay
ô kê

hello
Xin chào

translator
thông dịch viên

Thank you
cám ơn

how much is...?

... bao nhiêu tiều?

I don´t get it

tôi không hiểu

problem

vấn đề

Good evening!

Xin chào! (buổi tối)

Good morning!

xin chào! (buổi sáng)

Good night!

chúc ngủ ngon!

goodbye

tạm biệt

direction

hướng đi

luggage

hành lý

bag

túi xách

backpack

túi ba lô

guest

khách

room

phòng

sleeping bag

túi ngủ

tent

lều

travel - du lịch

tourist information

thông tin du lịch

beach

bãi biển

credit card

thẻ tín dụng

breakfast

ăn sáng

lunch

ăn trưa

dinner

ăn tối

Ticket

vé xe

elevator

thang máy

stamp

tem bưu điện

border

biên giới

customs

hải quan

embassy

đại sứ quán

visa

thị thực

passport

hộ chiếu

airplane
máy bay

ship
tàu thủy

fire truck
xe cứu hỏa

truck
xe tải

bus
xe buýt

motorboat
xuồng máy

car
xe ô tô

bike
xe đạp

ferry

phà

boat

xuồng

motorbike

xe máy

police car

xe cảnh sát

racing car

xe đua

rental car

xe cho thuê

car sharing

dịch vụ thuê xe tự lái

tow truck

xe kéo cứu hộ

garbage truck

xe rác

engine

động cơ

fuel

xăng

fuel station

trạm xăng

traffic sign

biển báo giao thông

traffic

giao thông

traffic jam

ách tắc giao thông

parking lot

bãi đậu xe

train station

nhà ga

tracks

đường ray

train

xe lửa

tram

tàu điện

wagon

toa xe

helicopter

máy bay trực thăng

airport

sân bay

tower

tháp

passenger

hành khách

container

côngtenơ

carton

thùng các-tông

cart

xe đẩy

basket

cái giỏ

take off / land

cất cánh / hạ cánh

city
thành phố

village

làng

city center

trung tâm thành phố

house

nhà

movie theater
rạp chiếu phim

advert
quảng cáo

street light
đèn đường

CINEMA

street
đường phố

taxi
taxi

snack shop
quán ăn nhẹ

pedestrian
người đi bộ

sidewalk
vỉa hè

zebra crossing
phần đường có vạch cho người đi bộ

dumpster
thùng rác lớn

crossing
ngã tư giao thông

traffic lights
đèn hiệu giao thông

hut

nhà chòi

apartment

căn hộ

train station

nhà ga

city hall

tòa thị chính

museum

viện bảo tàng

school

trường học

university

đại học

bank

ngân hàng

hospital

bệnh viện

hotel

khách sạn

pharmacy

hiệu thuốc

office

văn phòng

book shop

hiệu sách

shop

cửa hiệu

flower shop

cửa hiệu bán hoa

supermarket

siêu thị

market

chợ

department store

cửa hàng bách hóa

fishmonger's shop

người bán cá

mall

trung tâm mua bán

harbor

bến cảng

city - thành phố

park

công viên

bench

ghế băng

bridge

cầu

stairs

cầu thang

subway

tàu điện ngầm

tunnel

đường hầm

bus stop

trạm xe buýt

bar

quán bar

restaurant

khách sạn

postbox

hòm thư công cộng

street sign

bảng hiệu đường

parking meter

đồng hồ đậu xe

zoo

vườn bách thú

swimming pool

bể bơi

mosque

nhà thờ Hồi giáo

farm
....
nông trại

pollution
....
ô nhiễm môi trường

cemetery
....
nghĩa trang

church
....
nhà thờ

playground
....
sân chơi

temple
....
ngôi đền

landscape
phong cảnh

signpost
bảng chỉ đường

path
lối đi

meadow
bãi cỏ

stone
hòn đá

tree
cây

hiker
người đi bộ đường dài

river
sông

grass
cỏ

flower
bông hoa

valley

thung lũng

hill

đồi

lake

hồ nước

forest

rừng

desert

sa mạc

volcano

núi lửa

castle

lâu đài

rainbow

cầu vồng

mushroom

nấm

palm tree

cây cọ

mosquito

con muỗi

fly

con ruồi

ant

con kiến

bee

con ong

spider

con nhện

landscape - phong cảnh

beetle

bọ cánh cứng

frog

con ếch

squirrel

con sóc

hedgehog

con nhím

hare

con thỏ

owl

con cú

bird

con chim

swan

thiên nga

boar

heo rừng

deer

con hươu

moose

nai sừng tấm

dam

đê

wind turbine

tuabin gió

solar panel

tấm năng lượng mặt trời

climate

khí hậu

landscape - phong cảnh

waiter
bồi bàn

menu
thực đơn

chair
ghế

soup
súp

pizza
bánh pizza

cutlery
bộ dao nĩa ăn

tablecloth
khăn trải bàn

starter

món ăn khai vị

main course

món ăn chính

dessert

món tráng miệng

drinks

thức uống

food

thức ăn

bottle

cái chai

fast food

thức ăn nhanh

street food

thức ăn đường phố

teapot

ấm trà

sugar bowl

hộp đường

portion

khẩu phần

espresso machine

máy pha espresso

high chair

ghế cao

bill

hóa đơn

tray

khay

knife

dao

fork

nĩa

spoon

thìa

teaspoon

thìa uống trà

serviette

khăn ăn

glass

cốc thủy tinh

plate

đĩa

soup plate

đĩa súp

saucer

đĩa lót cốc

sauce

nước sốt

salt shaker

lọ muối

pepper mill

cái xay tiêu

vinegar

giấm

oil

dầu

spices

gia vị

ketchup

nước xốt cà chua

mustard

tương hạt cải

mayonnaise

nước sốt mayonnaise

special offer
chào giá đặc biệt

customer
khách hàng

dairy products
sản phẩm từ sữa

FOR

fruit
trái cây

shopping cart
xe đẩy mua sắm

butcher's shop
lò mổ

bakery
cửa hiệu bán bánh mì

weigh
cân nặng

vegetables
rau quả

meat
thịt

frozen food
thức ăn đông lạnh

cold cuts

lát thịt nguội

canned food

đồ hộp

detergent

bột giặt

candy

đồ ngọt

household products

sản phẩm dùng trong gia đình

cleaning products

chất tẩy rửa

sales representative

người bán hàng

cash register

quầy trả tiền

cashier

nhân viên thu ngân

shopping list

danh sách mua sắm

opening hours

giờ mở cửa

wallet

ví tiền

credit card

thẻ tín dụng

bag

túi đeo

plastic bag

túi ny lông

water

nước

juice

nước quả ép

milk

sữa

coke

coca-cola

wine

rượu vang

beer

bia

alcohol

cồn

cocoa

cacao

tea

trà

coffee

cà phê

espresso

espresso

cappuccino

cappuccino

banana

chuối

apple

quả táo

orange

quả cam

melon

dưa hấu

lemon

chanh

carrot

cà rốt

garlic

tỏi

bamboo

tre

onion

củ hành

mushroom

nấm

nuts

hạt dẻ

noodles

mì

spaghetti

mì spaghetti

rice

cơm

salad

xà lách

fries

khoai tây chiên

fried potatoes

khoai tây chiên

pizza

bánh pizza

hamburger

bánh hamburger

sandwich

bánh mì sandwich

escalope

thịt côtlet

ham

thịt giăm bông

salami

xúc xích

sausage

dồi

chicken

gà

roast

rán

fish

cá

porridge oats

cháo yến mạch

muesli

cháo muesli

cornflakes

bánh bột ngô nướng

flour

bột mì

croissant

bánh sừng bò

bread roll

bánh mì

bread

bánh mì

toast

bánh mì nướng

cookies

bánh bích quy

butter

bơ

curd

sữa đông

cake

bánh ngọt

egg

trứng

fried egg

trứng rán

cheese

pho mát

ice cream

kem

sugar

đường

honey

mật ong

jelly

mứt

nougat cream

kem nougat

curry

cà ri

goat

con dê

cow

con bò

calf

con bê

pig

con lợn

piglet

lợn con

bull

bò đực

goose

con ngỗng

duck

con vịt

chick

gà con

hen

gà mái

cockerel

gà trống

rat

con chuột

cat

mèo

mouse

chuột nhắt

ox

bò đực

dog

con chó

dog house

nhà chuồng chó

garden hose

ống tưới vườn cây

watering can

thùng tưới cây

scythe

lưỡi hái

plow

cái cày

sickle

cái liềm

hoe

cái cuốc

pitchfork

cái chĩa

axe

cái rìu

pushcart

xe cút kít

trough

máng ăn

milk can

lọ sữa

sack

bao tải

fence

hàng rào

stable

chuồng

greenhouse

nhà kính trồng cây

soil

đất trồng

seed

hạt giống

fertilizer

phân bón

combine harvester

máy gặt đập liên hợp

harvest

thu hoạch

harvest

mùa thu hoạch

yams

khoai lang

wheat

lúa mì

soya

đậu nành

potato

khoai tây

corn

ngô

rapeseed

hạt cải dầu

fruit tree

cây ăn trái

manioc

sắn

grain

ngũ cốc

living room

phòng khách

bathroom

phòng tắm

kitchen

bếp

bedroom

phòng ngủ

kids room

phòng trẻ em

dining room

phòng ăn

floor

nền nhà

wall

tường

ceiling

trần nhà

cellar

tầng hầm

sauna

tắm hơi

balcony

ban công

terrace

sân hiên

pool

bể bơi

lawn mower

máy cắt cỏ

sheet

khăn trải giường

bedspread

khăn trải giường

bed

giường

broom

chổi

bucket

cái xô

switch

công tắc điện

carpet

thảm

drape

rèm

table

cái bàn

chair

ghế

rocking chair

ghế bập bênh

armchair

ghế bành

book

sách

blanket

cái chăn

decoration

đồ trang trí

firewood

củi

film

phim

stereo system

máy hi-fi

key

chìa khóa

newspaper

báo

painting

bức tranh

poster

áp phích

radio

radio

notebook

sổ ghi chép

vacuum cleaner

máy hút bụi

cactus

cây xương rồng

candle

cây nến

fridge
tủ lạnh

microwave oven
lò viba

kitchen scales
cái cân trong bếp

toaster
máy nướng bánh

laundry detergent
chất tẩy rửa

stove
lò nướng

freezer
ngăn tủ đông lạnh

dishwasher
máy rửa bát

cooker

lò nấu

pot

nồi

cast-iron pot

nồi sắt

wok / kadai

chảo

pan

chảo

kettle

ấm đun nước

steamer

nồi đun hơi

baking tray

khay lò nướng

crockery

bát đĩa

mug

cốc

bowl

cái bát

chopsticks

đũa

ladle

cái vá

spatula

bàn xẻng

whisk

que đánh kem

strainer

rây dùng trong bếp

sieve

cái rây lọc

grater

cái nạo

mortar

vữa

barbecue

vỉ nướng

fireplace

ngọn lửa trần

chopping board

cái thớt

rolling pin

trục cán bột

corkscrew

cái mở nút chai

can

vỏ đồ hộp

can opener

cái mở vỏ đồ hộp

oven cloth

miếng nhấc nồi

sink

bồn rửa bát

brush

bàn chải

sponge

miếng xốp

blender

máy xay

deep freezer

tủ đông lạnh

baby bottle

bình sữa cho trẻ sơ sinh

tap

vòi nước

kitchen - bếp

shower
vòi hoa sen

heating
lò sưởi

towel
khăn lau

shower curtain
rèm che ngăn tắm

bubble bath
tắm bọt

bathtub
bồn tắm

glass
cốc thủy tinh

washing machine
máy giặt

tap
vòi nước

tiles
gạch lát

potty
cái bô

sink
bồn rửa bát

toilet

bồn cầu

squat toilet

bồn cầu ngồi xổm

bidet

bồn rửa hậu môn

urinal

bồn tiểu tiện

toilet paper

giấy vệ sinh

toilet brush

bàn chải cọ bồn cầu

toothbrush

bàn chải đánh răng

toothpaste

kem đánh răng

dental floss

chỉ nha khoa

wash

rửa

hand shower

vòi sen cầm tay

douche

vòi rửa hậu môn

basin

bồn rửa

back brush

bàn chải cọ lưng

soap

xà phòng

shower gel

sữa tắm

shampoo

dầu gội

flannel

khăn cọ để tắm

drain

lỗ thoát nước

creme

kem

deodorant

chất khử mùi

mirror

gương

hand mirror

gương tay

razor

dao cạo râu

shaving foam

kem cạo râu

aftershave

nước thơm dùng sau khi
cạo râu

comb

cái lược

brush

bàn chải

hair-dryer

máy xấy tóc

hairspray

keo xịt tóc

makeup

đồ trang điểm

lipstick

thỏi son môi

nail varnish

sơn bôi móng

cotton wool

bông

nail scissors

kéo cắt móng

perfume

nước hoa

washbag

túi đựng đồ tắm

stool

ghế đẩu

weighing scales

cái cân

bathrobe

áo choàng tắm

rubber gloves

găng tay làm vệ sinh

tampon

nút gạc

sanitary towel

băng vệ sinh

chemical toilet

nhà vệ sinh hóa chất

alarm clock
đồng hồ báo thức

cuddly toy
thú bông

toy car
xe đồ chơi

rattle
cái lúc lắc

doll's house
nhà búp bê

present
món quà

balloon

bong bóng

bed

giường

stroller

xe nôi

deck of cards

trò chơi bài

jigsaw

trò chơi ghép hình

comic

truyện tranh

lego bricks

gạch Lego

toy blocks

khối xếp hình

action figure

nhân vật hành động

romper suit

o liền quần cho trẻ sơ sinh

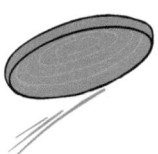

frisbee

đĩa nhựa để ném

mobile

đồ chơi treo trên giường

board game

trò chơi cờ bàn

dice

xúc xắc

model train set

đồ chơi xe lửa mô hình

pacifier

ti giả

party

buổi tiệc

picture book

sách tranh

ball

quả bóng

doll

búp bê

play

chơi

sandpit

hố cát

swing

cái đu

toys

đồ chơi

video game console

máy chơi game cầm tay

tricycle

xe ba bánh

teddy bear

gấu bông

wardrobe

tủ quần áo

clothing

y phục

socks

bít tất

stockings

bít tất dài

tights

quần tất

scarf
khăn choàng cổ

umbrella
ô che mưa

t-shirt
áp phông

belt
dây thắt lưng

boots
ủng

slippers
dép đi trong nhà

sneakers
giày sneaker

sandals

dép xăng đan

shoes

giày

rubber boots

ủng cao su

underwear

quần lót

bra

áo ngực

undershirt

áo vest

body

áo ôm sát cơ thể

pants

quần dài

jeans

quần bò

skirt

váy

blouse

áo cánh

shirt

áo sơ mi

pullover

áo len chui đầu

sweater

áo len

blazer

áo blazer

jacket

áo jacket

coat

áo khoác

raincoat

áo mưa

costume

trang phục

dress

áo váy

wedding dress

áo cưới

suit

bộ com lê

nightgown

áo ngủ

pajamas

pijama

sari

trang phục sari

headscarf

khăn trùm đầu

turban

khăn đội đầu

burka

áo burka

kaftan

áo captan

abaya

áo aba

swimsuit

quần áo bơi

trunks

quần bơi

shorts

quần đùi

tracksuit

quần áo tracksuit

apron

tạp dề

gloves

găng tay

button

cái cúc

glasses

kính mắt

bracelet

vòng đeo tay

necklace

vòng cổ

ring

nhẫn

earring

hoa tai

cap

mũ lưỡi trai

coat hanger

cái mắc treo áo quần

hat

mũ

tie

cà vạt

zip

dây kéo phéc mơ tuya

helmet

mũ bảo hiểm

braces

dây đeo quần

school uniform

đồng phục học sinh

uniform

đồng phục

bib

yếm trẻ em

pacifier

ti giả

diaper

tã lót

server
máy chủ

filing cabinet
tủ hồ sơ

printer
máy in

paper
giấy

monitor
màn hình

desk
bàn làm việc

mouse
chuột máy tính

folder
thư mục

keyboard
bàn phím

waste-paper basket
thùng rác giấy

chair
ghế

computer
máy tính

coffee mug

cốc cà phê

calculator

máy tính bỏ túi

internet

internet

laptop

laptop

letter

thư

message

tin nhắn

cell phone

điện thoại di động

network

mạng

photocopier

máy photocopy

software

phần mềm

telephone

điện thoại

plug socket

ổ cắm điện

fax machine

máy fax

form

mẫu đơn

document

chứng từ

office - văn phòng

buy

mua

pay

trả tiền

trade

buôn bán

money

tiền

 USD

dollar

đô la

 EUR

euro

Euro

 JPY

yen

yên

 RUB

rouble

rúp

 CHF

Swiss franc

franc Thụy Sĩ

 CNY

renminbi yuan

nhân dân tệ

 INR

rupee

rupi

cash point

máy rút tiền tự động

currency exchange office

quầy đổi tiền

gold

vàng

silver

bạc

oil

dầu

energy

năng lượng

price

giá tiền

contract

hợp đồng

tax

thuế

stock

cổ phiếu

work

làm việc

employee

nhân viên

employer

chủ lao động

factory

nhà máy

shop

cửa hiệu

police officer
nhân viên cảnh sát

fireman
lính cứu hỏa

cook
đầu bếp

doctor
bác sĩ

pilot
phi công

gardener

người làm vườn

carpenter

thợ mộc

seamstress

thợ may

judge

chánh án

chemist

nhà hóa học

actor

diễn viên

bus driver

tài xế xe buýt

taxi driver

người lái taxi

fisherman

ngư dân

cleaning lady

người lau dọn vệ sinh

roofer

thợ lợp mái nhà

waiter

bồi bàn

hunter

thợ săn

painter

họa sĩ

baker

thợ làm bánh

electrician

thợ điện

builder

thợ xây dựng

engineer

kỹ sư

butcher

người hàng thịt

plumber

thợ sửa ống nước

postman

người đưa thư

soldier

người lính

architect

kiến trúc sư

cashier

nhân viên thu ngân

florist

người bán hoa

hairdresser

thợ cắt tóc

conductor

nhân viên soát vé

mechanic

thợ cơ khí

captain

thuyền trưởng

dentist

nha sĩ

scientist

nhà khoa học

rabbi

giáo sĩ Do thái

imam

lãnh tụ Hồi giáo

monk

nhà sư

pastor

mục sư

hammer
cây búa

pliers
kìm

screwdriver
tua vít

wrench
cờ lê

torch
đèn pin

excavator

máy xúc đất

toolbox

hộp dụng cụ

ladder

cái thang

saw

cưa

nails

đinh

drill

máy khoan

repair

sửa chữa

shovel

cái xẻng

Damn!

khốn nạn!

dustpan

cái hót rác

paint can

thùng sơn

screws

vít

musical instruments
nhạc cụ

drum set
bộ trống

loud speaker
loa

guitar
đàn ghi ta

double bass
đàn công tra bát

trumpet
kèn trompet

piano

đàn piano

violin

đàn vĩ cầm

bass

ghi ta bass

timpani

trống định âm

drums

trống

keyboard

đàn organ

saxophone

kèn Saxophone

flute

sáo

microphone

micro

tiger
còn cọp

entrance
lối vào

cage
lồng

zebra
ngựa vằn

animal feed
thức ăn gia súc

panda
gấu trúc

animals

động vật

elephant

con voi

kangaroo

chuột túi

rhino

tê giác

gorilla

khỉ đột

bear

con gấu

camel

lạc đà

ostrich

đà điểu

lion

sư tử

monkey

con khỉ

flamingo

hồng hạc

parrot

con vẹt

polar bear

gấu bắc cực

penguin

chim cánh cụt

shark

cá mập

peacock

con công

snake

con rắn

crocodile

cá sấu

zookeeper

người trông giữ vườn bách thú

seal

hải cẩu

jaguar

báo đốm

zoo - vườn bách thú

pony

ngựa lùn

leopard

con báo

hippo

hà mã

giraffe

hươu cao cổ

eagle

đại bàng

boar

heo rừng

fish

cá

turtle

con rùa

walrus

hải mã

fox

con cáo

gazelle

linh dương

American football
bóng bầu dục Mỹ

cycling
đua xe đạp

tennis
quần vợt

basketball
bóng rổ

swimming
bơi

ice hockey
khúc côn cầu trên băng

boxing
đấm bốc

soccer
bóng đá

badminton
cầu lông

athletics
điền kinh

handball
bóng ném

skiing
trượt tuyết

polo
polo

laugh
cười

jump
nhảy

hug
ôm

walk
đi bộ

sing
ca hát

dream
mơ

pray
cầu nguyện

kiss
hôn

write

viết

draw

vẽ

show

chỉ trỏ

push

đẩy

give

cho

take

lấy đi

have
có

do
làm

be
thì / là

stand
đứng

run
chạy

pull
kéo

throw
ném

fall
rơi

lie
nằm

wait
chờ đợi

carry
mang vác

sit
ngồi

get dressed
mặc quần áo

sleep
ngủ

wake up
thức dậy

look at

xem

cry

khóc

stroke

vuốt ve

comb

chải

talk

nói chuyện

understand

hiểu

ask

câu hỏi

listen

nghe

drink

uống

eat

ăn

tidy up

dọn dẹp

love

yêu

cook

nấu nướng

drive

lái xe

fly

bay

activities - các hoạt động

sail

đi thuyền buồm

calculate

tính toán

read

đọc

learn

học

work

làm việc

marry

cưới

sew

khâu vá

brush teeth

đánh răng

kill

giết

smoke

hút thuốc

send

gửi đi

grandmother
nội (ngoại)

grandfather
ông nội (ngoại)

father
cha

mother
mẹ

baby
trẻ con

daughter
con gái

son
con trai

guest

khách

aunt

cô (dì)

uncle

chú, bác (cậu)

brother

anh (em) trai

sister

chị (em) gái

forehead
trán

eye
mắt

shoulder
vai

finger
ngón tay

face
mặt

chin
cằm

hand
bàn tay

breast
ngực

leg
chân

arm
cánh tay

baby

trẻ con

man

đàn ông

woman

phụ nữ

girl

bé gái

boy

bé trai

head

đầu

back
lưng

belly
bụng

navel
rốn

toe
ngón chân

heel
gót chân

bone
xương

hip
hông

knee
đầu gối

elbow
khuỷu tay

nose
mũi

buttocks
mông

skin
da

cheek
má

ear
tai

lip
môi

mouth

miệng

tooth

răng

tongue

lưỡi

brain

não

heart

tim

muscle

cơ bắp

lung

phổi

liver

gan

stomach

dạ dày

kidneys

thận

sex

giao hợp

condom

bao cao su

ovum

noãn

semen

tinh dịch

pregnancy

mang thai

menstruation

kinh nguyệt

vagina

âm vật

penis

dương vật

eyebrow

lông mày

hair

tóc

neck

cổ

hospital
bệnh viện

ambulance
xe cứu thương

wheelchair
xe lăn

fracture
gãy xương

doctor

bác sĩ

emergency room

phòng cấp cứu

nurse

y tá

emergency

cấp cứu

unconscious

bất tỉnh

pain

cơn đau

injury

bị thương

bleeding

chảy máu

heart attack

nhồi máu cơ tim

stroke

đột quỵ

allergy

dị ứng

cough

ho

fever

sốt

flu

cúm

diarrhea

tiêu chảy

headache

đau đầu

cancer

ung thư

diabetes

bệnh tiểu đường

surgeon

bác sĩ phẫu thuật

scalpel

dao mổ

operation

giải phẫu

CT

chụp cắt lớp

x-ray

chụp x-quang

ultrasound

siêu âm

face mask

mặt nạ

disease

bệnh

waiting room

phòng đợi

crutch

cái nạng

plaster

băng dán vết thương

bandage

băng bó

injection

tiêm thuốc

stethoscope

ống nghe khám bệnh

stretcher

băng ca

clinical thermometer

nhiệt kế

birth

sinh đẻ

overweight

thừa cân

hearing aid

máy trợ thính

disinfectant

chất khử trùng

infection

nhiễm trùng

virus

vi rút

HIV / AIDS

HIV / AIDS

medicine

thuốc

vaccination

tiêm chủng

tablets

thuốc viên

pill

viên thuốc

emergency call

gọi cấp cứu

blood pressure monitor

máy đo huyết áp

ill / healthy

bệnh / khỏe mạnh

Help!

cứu!

alarm

báo động

assault

cuộc đột kích

attack

sự tấn công

danger

mối nguy hiểm

emergency exit

lối thoát hiểm

Fire!

cháy!

fire extinguisher

bình chữa cháy

accident

tai nạn

first-aid kit

bộ dụng cụ sơ cứu

SOS

SOS

police

cảnh sát

Europe

châu Âu

North America

Bắc Mỹ

South America

Nam Mỹ

Africa

châu Phi

Asia

châu Á

Australia

châu Úc

Atlantic

Đại Tây Dương

Pacific

Thái Bình Dương

Indian Ocean

Ấn Độ Dương

Antarctic Ocean

Nam Cực Dương

Arctic Ocean

Bắc Băng Dương

North pole

bắc cực

South pole

nam cực

Antarctica

nam cực

earth

trái đất

land

đất liền

sea

biển

island

đảo

nation

quốc gia

state

nhà nước

earth - trái đất

clock face

mặt đồng hồ

hour hand

kim chỉ giờ

minute hand

kim chỉ phút

second hand

kim chỉ giây

What time is it?

Bây giờ là mấy giờ?

day

ngày

time

thời gian

now

bây giờ

digital watch

đồng hồ điện tử

minute

phút

hour

giờ

week
tuần lễ

Monday — thứ Hai
Tuesday — thứ Ba
Wednesday — thứ Tư
Thursday — thứ Năm
Friday — thứ Sáu
Saturday — thứ Bảy
Sunday — Chủ Nhật

yesterday

hôm qua

today

hôm nay

tomorrow

ngày mai

morning

buổi sáng

noon

buổi trưa

evening

buổi tối

workdays

ngày làm việc

weekend

cuối tuần

rain
mưa

snow
tuyết

wind
gió

spring
mùa xuân

fall
mùa thu

summer
mùa hè

winter
mùa đông

weather forecast

dự báo thời tiết

thermometer

nhiệt kế

sunshine

ánh nắng

cloud

mây

fog

sương mù

humidity

độ ẩm không khí

lightning

tia chớp

thunder

sấm sét

storm

cơn bão

hail

mưa đá

monsoon

gió mùa

flood

lũ lụt

ice

nước đá

January

tháng Một

February

tháng Hai

March

tháng Ba

April

tháng Tư

May

tháng Năm

June

tháng Sáu

July

tháng Bảy

August

tháng Tám

September
tháng Chín

October
tháng Mười

November
tháng Mười Một

December
tháng Mười Hai

shapes
hình dạng

circle
hình tròn

square
hình vuông

rectangle
hình chữ nhật

triangle
hình tam giác

sphere
hình cầu

cube
khối vuông

white
màu trắng

yellow
màu vàng

orange
màu cam

pink
màu hồng

red
màu đỏ

purple
màu tím

blue
màu xanh dương

green
màu xanh lá cây

brown
màu nâu

gray
màu xám

black
màu đen

a lot / a little

nhiều / ít

angry / calm

tức tối / điềm tĩnh

beautiful / ugly

xinh đẹp / xấu xí

beginning / end

bắt đầu / kết thúc

big / small

to / nhỏ

bright / dark

sáng / tối

brother / sister

anh (em) trai / chị (em) gái

clean / dirty

sạch / bẩn

complete / incomplete

đủ / thiếu

day / night

ngày / đêm

dead / alive

chết / sống

wide / narrow

rộng / chật hẹp

edible / inedible

ăn được / không ăn được

evil / kind

ác / tử tế

excited / bored

hào hứng / chán nản

fat / thin

béo / gầy

first / last

đầu tiên / cuối cùng

friend / enemy

bạn / thù

full / empty

đầy / rỗng

hard / soft

cứng / mềm

heavy / light

nặng / nhẹ

hunger / thirst

đói / khát

ill / healthy

bệnh / khỏe mạnh

illegal / legal

bất hợp pháp / hợp pháp

intelligent / stupid

thông minh / ngu

left / right

trái / phải

near / far

gần / xa

new / used

mới / cũ

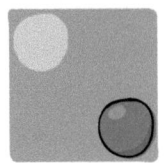

nothing / something

không có gì cả / có cái gì đó

old / young

già / trẻ

on / off

bật / tắt

open / closed

mở / đóng

quiet / loud

im lặng / ồn ào

rich / poor

giàu / nghèo

right / wrong

đúng / sai

rough / smooth

sần sùi / mịn màng

sad / happy

buồn / vui

short / long

ngắn / dài

slow / fast

chậm / nhanh

wet / dry

ẩm ướt / khô ráo

warm / cool

ấm áp / mát mẻ

war / peace

chiến tranh / hòa bình

0

zero

số không

1

one

một

2

two

hai

3

three

ba

4

four

bốn

5

five

năm

6

six

sáu

7

seven

bảy

8

eight

tám

9

nine

chín

10

ten

mười

11

eleven

mười một

12

twelve

mười hai

13

thirteen

mười ba

14

fourteen

mười bốn

15

fifteen

mười lăm

16

sixteen

mười sáu

17

seventeen

mười bảy

18

eighteen

mười tám

19

nineteen

mười chín

20

twenty

hai mươi

100

hundred

một trăm

1.000

thousand

một ngàn

1.000.000

million

một triệu

numbers - con số

English

tiếng Anh

American English

tiếng Anh Mỹ

Chinese Mandarin

tiếng Quan Thoại

Hindi

tiếng Hin-di

Spanish

tiếng Tây Ban Nha

French

tiếng Pháp

Arabic

tiếng Ả-rập

Russian

tiếng Nga

Portuguese

tiếng Bồ Đào Nha

Bengali

tiếng Bengal

German

tiếng Đức

Japanese

tiếng Nhật

I

tôi

you

bạn

he / she / it

anh ta / cô ta / nó

we

chúng tôi

you

các bạn

they

họ

who?

ai?

what?

cái gì?

how?

như thế nào?

where?

ở đâu?

when?

lúc nào?

name

tên

behind

phía sau

in

ở trong

in front of

phía trước

over

phía trên

on

ở trên

under

ở dưới

beside

bên cạnh

between

ở giữa

place

chỗ